சுற்றித் திரிகின்ற பறவைகள்

Stray Birds - Rabindranath Tagore

தமிழாக்கம் -
திருமதி. வானதி ஜெயராமன்

INDIA • SINGAPORE • MALAYSIA

Notion Press Media Pvt Ltd

No. 50, Chettiyar Agaram Main Road,
Vanagaram, Chennai, Tamil Nadu – 600 095

First Published by Notion Press 2022
Copyright © Vanathy Jayaraman 2022
All Rights Reserved.

ISBN 979-8-88530-402-3

அணிந்துரை

"மகிழ்ச்சி என்பது பிறருக்கு ஈவதில் உள்ளது, பிறரிடமிருந்து பெறுவதில் அல்ல"

இக்கூற்று உண்மையே என்பது போல் திருமதி. வானதி ஜெயராமன் தன் வாழ்க்கையில் சந்திக்கும் ஒவ்வொருவருக்கும் பெருமகிழ்ச்சியுடன் உதவி வருபவர்.

வகுப்பறையின் நான்கு சுவர்களுக்குள் அடங்கிவிடுவதல்ல கல்வி என்பது அவருடைய கருத்து, கல்வியின் முக்கியத்துவத்தை வலியுறுத்தும் அதே வேளையில், உலகளாவிய பார்வை, அன்றாடம் நடக்கும் நிகழ்வுகளைத் தெரிந்து வைத்துக் கொள்ளுதல், ஒழுக்கம் மற்றும் நன்னடத்தை முறைகளின் தேவைகளைக் குறித்தும் வலியுறுத்துகிறார்.

திருமதி. வானதி தனது மாணவர்களுக்குப் பயன்தரக்கூடிய எந்தொரு செயலையும் செய்து முடிக்காமல் விட மாட்டார். மாணவர்களின் விருப்பத்திற்கு உரியவராகத்திகழும் அவர், தமது விடாமுயற்சி, உறுதிப்பாடு, அடக்கம் ஆகிய நற்பண்புகளின் மூலம் அவர்களுக்கு முன்மாதிரியாகவும் திகழ்கிறார். அறிவுத்தாகம் கொண்ட மாணவர்கள் எளிதில் அணுகக்கூடியவராகவும் உள்ளார். மாணவர்களுக்கு இளம்வயதிலேயே சரியான ஆலோசனைகள் மற்றும் வழிகாட்டுதல்களை வழங்கினால், வாழ்வின் சிகரத்தைச் சென்றடைவார்கள் என்ற நம்பிக்கை கொண்டவர்.

தமது துடிப்பான ஆளுமையினாலும், உறுதியான கருத்துக்கள் மற்றும் தெரியாத செய்திகளைக் குறித்துத் தெரிந்து கொள்ளும்

வரையிலான தேடலினாலும் நவீன இந்தியாவின் செறிவான பெண்மணியாக உருவாகியுள்ளார்.

மிகக் குறுகியகாலமே நாங்கள் ஒன்றாகப் பணியாற்றியிருந்தாலும், நவில் தொறும் நூல் நயம் போலும், இருநிலம் பிளக்க வேர் வீழ்ந்ததுமான நட்பு எங்களுடையது. தமிழ்மொழி எவ்வாறு அவரது உயிரோடும், உணர்வோடும் பிரிக்க இயலா வண்ணம் கலந்து விட்டிருக்கிறது என்று முழுமையாக அறிந்து கொள்ளும் வாய்ப்பு எனக்கு நிறையவே கிடைத்தது. தமிழ்மொழியின் வளர்ச்சிக்குத் தம்மால் இயலும் வழிகளிலெல்லாம் முயற்சி செய்கிறார். தமிழில் தான் கற்றவற்றையும், தமிழ்மொழி பற்றித்தான் அறிந்தவற்றையும் தாம் சந்திக்கும் அனைவரிடமும் பெருமிதத்தோடு பகிர்ந்து கொள்கிறார். கவிதை எழுதும் ஆற்றல் பெற்றவர். எந்தப்பொருளாயினும் அதன் மீதான தனது கருத்துகள் மற்றும் விமர்சனங்களைத் தெரிவிப்பதில் வெளிப்படையானவர். அவரது படைப்புகள் குறிப்பிடத்தக்கவை. மொழி ஆர்வலர்களுக்கு வழங்குவதற்கான புதிய சிந்தனைகளைக் கொண்டவர்.

நம் மக்கள் இரவீந்திரநாத்தாகூரின் படைப்புகளைப்படித்து, அதன் படிமப் பொருட்களை நுகர வேண்டும் என்ற ஆர்வத்தில் அவர் எழுதிய "Stray Birds", "Cresent Moon" ஆகிய நூல்களைத் தமிழாக்கம் செய்துள்ளார். "சுற்றித் திரிகின்ற பறவைகள்" "பிறைநிலா" என்ற தலைப்புகளில் அவர் மொழி பெயர்த்துள்ள அந்நூல்கள் ஆழம் காணவியலாத அவரது கற்பனை வளத்தையும், படைப்பாக்கத்திற்கான அவரது பசியையும் வெளிப்படுத்துகின்றன. இந்த மொழி பெயர்ப்புகள் நிச்சயமாக திருமதி. வானதியின் மகுடத்தில் புதிதாய்ச் சேர்ந்த பொன்தூவலாகும்.

இன்றும் கற்பதில் தமக்குள்ள ஆழமான ஆர்வத்தால் திருமதி. வானதி அனைத்துத் தடைகளையும் உடைத்து, விரைவிலேயே உன்னதமான உயரத்தைச் சென்றடைவார். தமிழ் இலக்கிய உலகில் தமக்கானதோர் இடத்தைப் பெறுவார் என்று உறுதிபடச் சொல்ல முடியும். தொடர்ந்து கற்றல், மற்றும் உற்சாகம், உறுதி, நிலைத்ததன்மை, வீரம் ஆகிய பண்புகளாலும் திருமதி. வானதி

தாம் செய்யும் செயல் எதுவானாலும், செல்லும் இடம் எதுவானாலும் தன்னை நிலைநிறுத்திக் கொள்வார் என்று நிச்சயமாகச் சொல்லலாம். எதிர்காலத்தில் அவர் தமது படைப்புகளுக்காகப் பாராட்டுதல்களைப் பெறும் வகையில் இறைவன் அவருக்கு உடல்நலத்தை வழங்குவாராக.

– திருமதி. இதயா

ஆசிரியர் அறிமுகவுரை

"கனவுகள் ஒரு நாள் நனவாகும்" என்ற காத்திருப்பில் நீறுபூத்த நெருப்பாக இருந்த திருமதி. வானதி ஜெயராமனின் ஆசைகளும், கனவுகளும் இன்று உருவம் பெற்று சிறகடிக்கும் பறவைகளாகத் தமிழ்நாட்டில் பறந்து, தமிழ்வானத்திற்கு வண்ணங்களைச் சேர்க்கின்றன.

திருமதி.வானதியுடன் ஒரே பள்ளியில் பணிபுரியும் வாய்ப்பு எனக்கிருந்தது. அவருடைய கவிநயம், நாவன்மை, எழில்மிகு எளிய தோற்றம் என்னைப் புல்லரிக்க வைத்த தருணங்கள் பல உண்டு. தமிழை ஏளனம் செய்தால் அவர்கள் யாராக இருந்தாலும் சரி வானதி என்பவர் "வானத்துத்தீயாக" (மின்னல்) மாறிவிடுவார்!

தமிழ் மீது அளவில்லா அன்பு கொண்ட அவரது மொழிபெயர்ப்புப் பதிப்புக்கள் அத்தன்மையைப் பிரதிபலிப்பதைக் காணலாம். சிறுவயது முதல் அடக்கி வைத்திருந்த அவருடைய தமிழ்ப்புலமை, வெடித்துச் சிதறிய எரிமலையாக, மடை திறந்த வெள்ளமாகப் பெருக்கெடுத்து ஓடுவதை அவரது படைப்புகள் படம் பிடித்துக் காட்டுகின்றன.

சில கவிதைகள் எளிமையாக இருந்தாலும் இனிமையாக இருக்கும். தாகூரின், "சுற்றித் திரிகின்ற பறவைகள்" நூலிலிருந்து சில பாடல்களைத் தமிழில் கவிதைகளாக மொழிபெயர்த்திருந்தார். அதில் இரண்டு பாடல்களை உங்களுடன் பகிர்ந்து கொள்ள விரும்புகிறேன்.

"காந்தள் போன்ற மலர்க்கையால்
கவிஞர் கரம் போல் அசைவுகளால்
ஏந்தி என்பொருள் தொட்டாய் நீ
என்னே வியப்பு அடடாவோ!
சீரும் சிறப்பும் அக்கணமே
சிறந்து சேர்ந்து ஒன்றாக
சிறந்த பாட்டின் இசைபோல
சீராய்க் கிளம்பி விட்டனவே"

பாடல்; 143

"பெண்ணே உந்தன் வீட்டினிலே
பணிகள் பலவும் செய்கையிலே
குன்றின் வழியே ஒழுகி வரும்
தண்ணீர் நிறைந்த கானாற்றில்
தவழும் கூழாங்கற் கள்பல
ஒன்றோ டொன்று உராய்கையிலே
உண்டாகின்ற இசைபோல
உந்தன் தசைகள் இசைத்திடுமே"

பாடல்: 38

மகிழ்ச்சியான நிகழ்ச்சிகள் அவர் மனதில் பதிவதைவிட துன்பமான நிகழ்ச்சிகளே பெரும்பாலும் அவர் மனதில் பதிந்து விடுகின்றன. அதை எண்ணிப்பல சமயம் தன் வேதனையைப் பகிர்ந்து கொள்வதுண்டு. இரண்டு ஆண்டுகளுக்கு முன் பருவமழை பொய்த்துப் போனது. விவசாயிகளின் துன்பம் சகித்துக் கொள்ள முடியாமல் போனது. அது குறித்து திருமதி. வானதி ஒரு கவிதை எழுதி எனக்கு அனுப்பியிருந்தார். இதுதான் அக்கவிதை,

"பொய்யா எழிலி பொய்த்த விடத்து
வெய்யோன் கதிரொளி காய்த்த விடத்து
அய்யோ இந்த மண்ணின் அவலமும்

— 8 —

மண்ணை நம்பி வாழ்ந்தோர் துயரமும்
சொல்லில் அடங்கா தொழிந்தன அந்தோ!
உழவுத் தொழிலை நம்பி வாழ்ந்தோர்
இன்னுயிர் அந்த வானகம் அடைந்தன
இன்னுயிர் இல்லா தொழிந்த உடல்களோ
மண்ணுக் குள்ளே அடைக்கலம் புகுந்தன.
மாமழை போற்றுதும் என்றான் இளங்கோ
எந்த மாமழை போற்றுவோம் இன்று!
எத்தனை உயிர்கள் மடிந்தன இன்றுநீ
மெத்தனம் காட்டி மறந்து போனதால்!
வாடிய பயிரைக் கண்ட போதெல்லாம்
வாடின வள்ளலார் உடலும் மனமும்
தேடிய மழையைக் காணா விடத்து
வாடித் தேம்பி மடிந்தனர் மக்கள்.
குவிந்தன குற்றம் கலைந்தன மேகம்
கவிந்தன துயரம் மலைத்தனர் மக்கள்.
தரளம் போன்ற தண்ணீர்த் துளிகளை
விரைவாய்த் தந்திட வருவாய் முகிலே,
மண்ணே குளிர்ந்திட விண்ணே பொழிந்திடு
மண்ணே சிரித்திட விண்ணே அழுதிடு
மழையே பொழிந்திடு விளைநிலம் மலர!
மழையே வழிந்திடு உயிர்கள் வாழ்ந்திட!

வேதனைக்கு வடிகால் அமைத்து, படிப்போர் மனங்களையும் கலங்கச் செய்கிறார்.

சொற்றொடர்களின் ஆழம் நம்மைக் கற்பனைக் கடலில் ஆழ்த்துகிறது. மேலும், மேலும் இது போன்ற கவிதைகளையும் புதிது புதிதாக நூல்களையும் தந்து தமிழ்த்தாயைத் தங்கத் தமிழ் மாலைகளால் அலங்கரிக்க வேண்டும் என்று வாழ்த்துகிறேன்.

- திருமதி. சுசிலாமேரி

நன்றியுரை

இந்நூல்கள் இவ்வளவு சிறப்பாக வெளிவர உதவியவர்கள் பலர், அவர்களுக் கெல்லாம் நான் நன்றி கூறக் கடமைப் பட்டிருக்கிறேன். நான் எழுதியவற்றையெல்லாம் மின்தட்டச்சு செய்து கொடுத்த திருமதி. இந்து, அவற்றை வரிசையாக முறைப்படுத்தி பதிப்பகத்தாருக்கு அனுப்பி உதவிய திருமதி. மீனா சரவணன், என்னைக் குறித்து அறிமுக உரை எழுதிய திருமதி. இதயா, திருமதி. சுசிலாமேரி நூல்களுக்கு முகப்பு ஓவியம் தீட்டிக் கொடுத்த பரிதி, அவனைப் பற்றி அறிமுக உரை எழுதிய அவருடைய ஆசிரியர் திருமதி. சாந்தி, இந்நூல்களை மிகச் சிறப்பாக அச்சிட்டு வெளிக் கொணர்ந்த Notion பதிப்பகத்தார், மற்றும் எனக்குத் தேவைப்பட்ட உதவிகளையெல்லாம் செய்து கொடுத்த என் குடும்பத்தினர் அனைவருக்கும் எனது உளங்கனிந்த நன்றியினைத் தெரிவித்துக் கொள்கிறேன்.

நன்றியுடன்,
– வானதி ஜெயராமன்

சுற்றித் திரிகின்ற பறவைகள்

STRAY BIRDS - RABINDRANATH TAGORE

1

வேனில் காலத்தில் சுற்றித் திரிகின்ற பறவைகள் பாடிவிட்டுப்
பறந்து செல்வதற்காகவே என் சன்னலுக்கு வருகின்றன!
இலையுதிர் காலத்துப் பழுப்பு இலைகள்
பாட்டிசைக்க முடியாமல்
காற்றில் வேகமாக அசைந்து வந்து
பெரு மூச்சுடன் அங்கு விழுகின்றன!

2

இவ்வுலகில் நிலையான இடமின்றி
அலைந்து திரிகின்ற நாடோடிக் கூட்டமே,
என் சொற்களில்
உங்கள் காலடிச்சுவடுகளை விட்டுச் செல்லுங்கள்.

3

உலகம் தன் காதலனுக்காகத்
தன் பரந்த முகமூடியை விலக்கிவிடுகிறது.
ஒரு பாடலைப்போல,
முடிவில்லாத ஒன்றின் ஒரு முத்தத்தைப் போல
அது சிறிதாகிவிடுகிறது!

4

இந்த உலகம் புன்னகை பூத்தவாறே இருப்பதற்கு
அவளுடைய கண்ணீரே காரணமாகிறது!

5

தன் தலையை அசைத்துச் சிரித்துவிட்டுப்
பறந்து போய்விடுகின்ற
ஒரு புல்லிலையின் காதலுக்காக,
கடும்பாலைவனம் வெகுவாய் ஏங்குகிறது!

6

கதிரவனைக் காணத் தவறிவிடும் போது
நீ கண்ணீர் சிந்தினாய் என்றால்,
வீண்மீன்களையும் தவறவிடுவாய்!

7

நடனமாடிச் செல்லும் ஆற்று நீரே,
நீ ஓடும் பாதையிலே உன் படுகையில் உள்ள
மணல் துகள்கள் எல்லாம்
உனது பாட்டுக்கும் அசைவுக்கும் ஏங்கிக் கிடக்கின்றன.
முடமாகிக் கிடக்கின்ற அவற்றின் சுமையை நீ சுமப்பாயா?

8

ஏக்கம் தோய்ந்த அவளுடைய முகம்
இரவில் பெய்யும் மழையைப் போல
அடிக்கடி என் கனவுகளில் வந்து போகிறது.

9

நாம் அறிமுகமில்லாதவர்கள் என்று
ஒரு முறை கனவு கண்டோம்.
விழித்தெழுந்த போது
நாம் நெருங்கியவர்களாக இருக்கக் காண்கிறோம்.

10

அசைவற்ற மரங்களின் மத்தியில் மறையும்
மாலைப் பொழுதைப் போல,
துயரம் என் இதயத்தினுள்ளே அடங்கி அமைதியாகிறது.

11

சோம்பலுடன் வீசுகின்ற தென்றல் காற்றைப் போல,
கண்களுக்குப் புலப்படாத சில விரல்கள்,
என் இதயத்தில் சிற்றலைகளின் இசையைத் தோற்றுவிக்கின்றன.

12

"ஓ, கடலே! உன்னுடைய மொழி என்ன?"
"அந்தமில்லாத வினாவின் மொழி அது".
"ஓ, வானமே! உன்னுடைய விடையின் மொழி என்ன?"
"நிலையான அமைதியின் மொழியே அது".

13

என் இதயமே, உன்னிடம் அன்பு கொள்ள வேண்டி
இந்த உலகம் மென்மையான குரலில்
பேசுகின்ற ஒலியை கவனமாகக் கேள்!

14

படைப்பின் புரியாத புதிர்
இரவின் கூரிருளைப் போன்றது!
அது அற்புதமானது!
அறிவின் பொய்த் தோற்றங்கள்
அதிகாலைப் பொழுதின் மூடுபனியைப் போன்றவை!

15

உயரமான இடம் என்பதால்
செங்குத்துப் பாறையின் உச்சி மீது
உன் காதலை வைக்காதே!

16

இந்தக் காலைப்பொழுதில்
என் சாளரத்தின் அருகே அமர்ந்திருக்கிறேன்!
அங்கே இந்த உலகம்
ஒரு வழிப்போக்கனைப் போல
ஒரு கணம் நின்று என்னைப்பார்த்துத்
தலையசைத்துவிட்டுச் செல்கிறது!

17

இந்தச் சிறுசிறு நினைவுகள் எல்லாம்
இலைகள் உண்டாக்கும் சலசலப்பொலிகள்
அவை என் மனதிலே
மகிழ்ச்சியின் மென்மையான ஒலியை உண்டாக்குகின்றன!

18

நீயார் என்று உன்னால் தெரிந்துகொள்ள முடியவில்லை.
உனக்கு தெரிவது உன் நிழலே ஆகும்.

19

என் தலைவனே,
என் அறிவிலி ஆசைகள் எல்லாம்
உன் பாடல்களின் குறுக்கே ஆர்ப்பரிக்கின்றன.
நான் உன் படலைக் கேட்க மட்டுமே அனுமதிக்கப்பட வேண்டும்.

20

மிகச் சிறந்ததை என்னால் தேர்ந்தெடுக்கமுடியாது.
சிறந்தது என்னைத் தேந்தெடுக்கிறது!

21

தமக்குப் பின்னால் விளக்கைத் தூக்கிச் செல்பவர்கள்
தம்நிழலை முன்னால் விழச்செய்கிறார்கள்!

22

நான் வாழ்ந்து கொண்டிருப்பது
ஓர் எல்லையில்லா வியப்பு.
இதுதான் வாழ்க்கை!

23

"சலசலக்கும் இலைகளாகிய நாங்கள்
புயல்களுக்குக் கூட விடைபகரும் குரலைப் பெற்றிருக்கிறோம்.
ஆனால் இவ்வளவு அமைதியாக இருக்கும் நீ யார்?"
"நான் வெறும் மலர்"

24

கண்ணிமைகள் கண்களுக்கு உரித்தாவது போல,
ஓய்வு உழைப்பிற்கு உரியதாகிறது!

25

மனிதன் ஒரு சிறிய குழந்தை!
அவனது ஆற்றல் வளர்ச்சியின் ஆற்றல்!

26

இறைவன் தான் அனுப்பும் மலர்களுக்காக
நம்மிடமிருந்து பதிலை எதிர்பார்க்கிறார்.
அந்தக் கதிரவனுக்கோ-
இந்தப் பூமிக்கோ அல்ல!

27

வெற்றுடம்புடன் விளையாடும்
ஒரு சிறு குழந்தையைப் போல,
பசுமையான இலைகளினூடே
மகிழ்ச்சியுடன் விளையாடும் ஒளிக்கதிர்கள் அறியாது-
மனிதன் பொய் பேசுவான் என்பதை!

28

ஒ அழகே,
நீ உன்னை அன்பில் அடையாளம் கண்டுகொள்.
உன் கண்ணாடியின் முகப்புகழ்ச்சியில் வேண்டாம்!

29

இவ்வுலகத்தின் கரையினிலே
என் இதயம் அடித்துயர்கின்ற அலைகளாக மோதி,
கண்ணீரில் தன் கையொப்பத்தை இடுகிறது-
"நான் உன்னை நேசிக்கிறேன்" என்று!

30

"நிலவே நீ ஏன் இன்னும் காத்துக் கொண்டிருக்கிறாய்?"
"நான் விலகி வழி விடவேண்டிய கதிரவனுக்கு வணக்கம் சொல்ல"!

31

மொழியில்லா ஊமைஉலகின் ஏக்கக்குரலைப் போல்
இந்த மரங்கள் என் அறையின் சாளரம்வரை வருகின்றன.

32

கடவுளுக்குத் தன் காலைப்பொழுதுகளே
புதுப்புது வியப்புகளாக உள்ளன!

33

.உலகியல் உரிமைகளைக் கோரிப் பெற்றதன்மூலம்
வாழ்வு தன் செல்வத்தை அடைகிறது.
காதலின் உரிமைகளைக்கொண்டு தகுதிகளை அடைகிறது!

34

வறண்டுபோன ஆற்றுப்படுகை,
தன் கடந்தகால நீரோட்டத்திற்காக
நன்றிகளைப் பெறுவதில்லை!

35

பறவை, தான் ஒரு மேகமாக இருந்திருக்கலாம் என்று
ஆசைப்படுகிறது!
மேகம், தான் ஒரு பறவையாக இருந்திருக்கலாம் என்று
ஆசைப்படுகிறது!

36

நீர்வீழ்ச்சி பாடுகிறது,
"நான் என் விடுதலையில் என் இசையைப் பெறுகிறேன்"!

37

என் இதயம் ஏன் அமைதியில் சோர்ந்து போயிருக்கிறது? என்று
என்னால் கூற இயலவில்லை!
தான் இதுவரை விரும்பிக் கேட்காத, தான் அறிந்திராத
அல்லது நினைவில் இல்லாத
சிறுசிறு தேவைகளுக்காகவே இந்த அமைதி!

38

பெண்ணே!
உந்தன் வீட்டினிலே நீ உன் வேலைகளை செய்யும்போது,
சிறு குன்றுகளிலிருந்து
ஒழுகிவரும் சிற்றாறு –
கூழாங்கற்களிடையே ஓடும்போது ஏற்படுகின்ற ஒலிபோல
உன் கரங்கள் பாட்டிசைக்கின்றது!

39

கதிரவன் கீழ்த்திசைக்குத்
தன் இறுதிவணக்கத்தைக் கூறிவிட்டு,
மேற்குதிசைக் கடலைக் கடக்கப்போகிறான்!

40

உனக்குப் பசியில்லை என்பதற்காக
உன் உணவைக் குறைகூறாதே!

41

மரங்கள் இந்த உலகத்தின் பேராவலைப்போல –
தம் விரல்களின் நுனியில் நின்று
விண்ணை எட்டிப்பார்க்கின்றன.

42

பொருளற்ற செய்திகளைப் பற்றி
நீ புன்முறுவலுடன் என்னுடன் பேசினாய்.
இதற்காகத்தான் நான் நெடுங்காலம் காத்திருந்ததாய்
உணர்ந்தேன்!

43

நீரில் வாழும் மீன் அமைதியாக வாழ்கிறது!
மண்மீது வாழும் விலங்கு கூச்சலிடுகிறது!
காற்றில் பறக்கும் பறவை பாடிக்கொண்டிருக்கிறது!
ஆனால் மனிதனோ, கடலின் அமைதியையும்
புவியின் இரைச்சலையும்,
காற்றின் இசையையும் தன்னுள் கொண்டுள்ளான்!

44

மெதுவாக இயங்கிக் கொண்டிருக்கும்
இதயத்தின் தந்திகளினூடே
துயரத்தின் இசையை எழுப்பிய வண்ணம்
இவ்வுலகம் விரைந்து செல்கிறது!

45

அவன் தன் படைக்கலன்களையே
தெய்வங்களாக ஆக்கிக் கொண்டுள்ளான்!
அவனுடைய படைக்கலன்கள் வெற்றி பெறும்போது
தானே தோல்வியைத் தழுவிக் கொள்கிறான்!

46

தன் படைப்பின் மூலம்
இறைவன் தன்னையே கண்டு கொள்கிறான்!

47

நிழல் –
முக்காடு அணிந்துக்கொண்டு,
காதலின் ஓசையில்லாக் காலடிகளுடன்
பணிவாக ஒளியைப் பின்தொடர்கிறது!

48

மின்மினிப் பூச்சிகளைப் போல தோற்றம்தர
விண்மீன்கள் அஞ்சுவதில்லை!

49

சக்தியின் எந்த உருளையாகவும்
நான் இல்லை என்பதற்காக நன்றி கூறுகிறேன்.
அந்த உருளையால் நசுக்கப்படும் உயிரினங்களில் ஒருவன்!

50

இந்த மனம் கூர்மையானது,
ஆனால் பரந்ததல்ல!
மேலே நகர மறுத்து ஒவ்வொரு இடத்திலும் ஒட்டிக்கொள்கிறது!

51

கடவுளின் புழுதி
உன் சிலையையைவிட சிறந்தது என்பதை உறுதிப்படுத்தவே
உன் சிலை
புழுதியிலே துகள்துகளாக நொறுக்கப்படுகிறது!

52

மனிதன் –
தன் வரலாற்றிலே –
தன்னை வெளிப்படுத்திக் காட்டுவதில்லை!
அதனூடே கடுமையாகப் போராடி மேலே வருகிறான்!

53

தன்னை 'அம்மங்காள்' என்று அகல்விளக்கு அழைத்ததற்காகக்
கண்ணாடிவிளக்கு அதைக் கண்டனம் செய்கையில்,
நிலவு விண்ணில் எழுகிறது.
கண்ணாடி விளக்கு
கனிவான புன்முறுவலுடன் நிலவை,
"என் அன்பான சகோதரியே" என்று அழைக்கிறது.

54

கடற் பறவைகளும் கடல் அலைகளும்
சந்தித்து நெருங்குவது போல் நாமும் நெருங்குகிறோம்.
கடற் பறவைகள் பறந்து சென்று விடுகின்றன.
கடல் அலைகள் உருண்டோடி விடுகின்றன.
நாமும் பிரிந்து செல்கிறோம்.

55

என் நாள் முடிவு பெறுகிறது.
கடலிலிருந்து கரையின் மீது இழுத்துவிடப்பட்ட படகைப் போல
மாலை நேரத்தில் –
அலைகள் ஆடல் இசையைக் கவனித்துக் கொண்டிருக்கிறேன்.

56

வாழ்க்கை நமக்கு வழங்கப்பட்டிருக்கிறது.
அதை நாம் கொடுப்பதன் மூலம் பெறுகிறோம்!

57

நாம் பெரும் பணிவுடையவர்களாக இருத்தால்
அற்புதமான ஒன்றை நெருங்கிச் செல்கிறோம்!

58

மயிலுடைய தோகையின் சுமையைக் கண்டு
சிட்டுக்குருவி வருத்தப்படுகிறது!

59

என்றும் நிலைபெறப் போகும் பாடலின் குரல் இசைக்கிறது.
"அந்தத் தருணங்களுக்காக அஞ்சாதே"!

60

சூறாவளி, பாதையில்லா இடத்திலே -
குறுக்குப் பாதையைத் தேடுகிறது.
எவ்விடத்திலும் இன்றி அது தன் தேடலை முடிக்கிறது!

61

நண்பனே, என் மதுவை என் குவளையிலேயே எடுத்துக் கொள்!
பிறர் குவளையில் ஊற்றினால்
அது பொங்கும் நுரையை இழந்து விடுகிறது.

62

முழுமையற்றதின் காதலுக்காக
முழுமையானது அணிகலன்களைப் பூண்டு
தன்னை அழகுபடுத்திக் கொள்கிறது.

63

கடவுள் மனிதனிடம் சொல்கிறார்:
"நான் உன்னை குணப்படுத்துகிறேன்!
அதனால் காயப்படுத்துகிறேன்! உன்னிடம் அன்பு பாராட்டுகிறேன்!
அதனால் தண்டிக்கிறேன்!

64

ஒளியைத் தரும் அனற்பிழம்பிற்கு நன்றியைத் தெரிவி.
ஆனால் நிழலில் நிலையான பொறுமையுடன் நின்றிருக்கும்
தீபம்தாங்கியை மறந்துவிடாதே!

65

சின்னஞ்சிறிய புல்லே,
உன் காலடிகள் மிகச் சிறியவை!
ஆனால் நீ நடந்து செல்லும் இடங்களில் உள்ள
பூமியை உனதாக்கிக் கொள்கிறாய்!

66

மலர்மொட்டு மலராய் மலர்ந்து கதறுகிறது
"அன்புக்குரிய உலகமே,
தயவு செய்து வாடிப்போய் விடாதே,"

67

கடவுளின் ஆட்சி எல்லைக்கு உட்பட்ட
பல பெரிய உலகங்களின் பேரில்
சோர்வடைந்து விடுகிறார்.
ஆனால் சின்னஞ்சிறு மலர்களிடம் அல்ல!

68

தவறு என்பது தோல்வியைத் தாங்கிக்கொள்ளாது!
சரியானது தோல்வியைத் தாங்கிக்கொள்ளும்!

69

நீர்வீழ்ச்சி பாடுகிறது: தாகத்தைத் தணிக்க
சிறிதளவு நீரே போதுமானதாக இருந்தாலும்
நான் என்னிடம் உள்ள தண்ணீர் முழுவதையும் தருகிறேன்!

70

பரவச எழுச்சியுடன்
தொடர்ச்சியாக இந்த மலர்களைத் தூவும் நீரூற்றுதான்
எங்கிருக்கிறதோ?

71

விறகு வெட்டியின் கோடரி,
தன் கைபிடிக்காக
ஒரு மரத்துண்டு வேண்டும் என்று மரத்திடம் யாசித்தது.
மரம் அதைத் தந்துவிட்டது!

72

மூடுபனியையும் மழையையும்
முக்காடாய்க் கொண்ட கைம்பெண்ணான
இம்மாலை நேரத்தின் கவலைப் பெருமூச்சை
நான் என் உள்ளத்தின் தனிமையில் உணர்கிறேன்.

73

கற்புத்தூய்மை என்னும் ஒரு செல்வம்
நிறைவான அன்பிலிருந்து வருகிறது.

74

அன்பைப் போலவே, மூடுபனியும்
மலைகளின் உள்ளத்தில் மேல் தவழ்ந்து விளையாடி
அழகின் அதிசயங்களை வெளிக்கொண்டு வருகிறது!

75

நாம் உலகத்தைத் தவறாகப் புரிந்து கொண்டு
அது நம்மை ஏமாற்றுவதாகக் கூறுகிறோம்.

76

கவிதைக் காற்றானது,
கடலின் மேலும் –
கானகத்தினுள்ளும் –
தன் சொந்தக் குரலைத் தேடி அலைகிறது!

77

கடவுள் மனிதனிடம்
இன்னும் சலிப்படையயவில்லை என்னும் செய்தியை
ஒவ்வொரு குழந்தையும் கொண்டு வருகிறது!

78

புல், தரையில்படர்ந்து தன் சுற்றத்தைத் தேடுகிறது!
மரம் விண்ணில் வளர்ந்து தன் தனிமையயத் தேடுகிறது!

79

மனிதன் தனக்கெதிராகத்
தானே தடைகளைப் போட்டுக் கொள்கிறான்!

80

செவி சாய்த்துக் கேட்க விரும்பும்
மரங்களிடையே ஒலிக்கும் அடக்கமான கடலோசை போல்,
என் நண்பனே,
உனது குரல் என் உள்ளத்தில் அலைகிறது!

81

விண்மீன்களைத் தீப்பொறிகளாகக் கொண்ட
இவ்விருளின் காணமுடியாத ஒளிப்பிளம்பு எதுவாக இருக்கும்?

82

இளவேனில் காலத்து மலர்களைப் போல் வாழ்வும்,
இலையுதிர் காலத்து இலைகளைப் போல் சாவும்
அழகாக இருக்கட்டும்!

83

நன்மைபுரிய நினைப்பவன் கதவைத் தட்டுகிறான்,
அன்புடையவனுக்கோ கதவு திறந்தே இருக்கிறது!

84

வாழ்க்கையில் பலவும் இணைந்து ஒன்றாகின்றன.
வாழ்க்கையில் ஒன்று பலவாகிறது.
கடவுள் மரணமடையும் போது சமயநெறி ஒன்றாகும்.

85

ஓவியன் இயற்கை நல்லாளின் காதலன்.
அதனால் அவனே அவளது அடிமையும் ஆகிறான்:
தலைவனும் ஆகிறான்!

86

"ஓ கனியே,
நீ என்னிடமிருந்து எவ்வளவு தூரத்தில் இருக்கிறாய்?"
"ஓ மலரே,
நான் உன் இதயத்திற்குள் தானே ஒளிந்து கொண்டிருக்கிறேன்?"

87

பகலில் காணமுடியாத,
ஆனால் இருளில் உணரக்கூடிய ஒருவனுக்காகவே
இந்தத் தவம்!

88

பனித்துளி ஏரிநீரைப் பார்த்துக் கூறியது:
"நீ தாமரை இலையின் கீழே உள்ள பெரிய பனித்துளி
நான் தாமரை இலையின் மேலே உள்ள சிறிய பனித்துளி"!

89

வாளின் கூர்மையைப் பாதுகாக்கும் போது
வாளுறை மழுங்கி இருப்பதிலேயே திருப்தி அடைகிறது!

90

இருளில் ஒன்று ஒரேபோலக் காட்சியளிக்கிறது.
பகலில் அந்த ஒன்று பலவிதமாகக் காட்சியளிக்கிறது!

91

சிறு புல்லின் உதவியுடன்
இந்தப் பெரும் புவி
தன்னை விருந்தோம்பல் தன்மையுடன் வைத்துக் கொள்கிறது!

92

எந்த ஒரு நீர்ச்சுழியின் அகன்ற வட்டங்கள்
வீண்மீன்களிடையே மெதுவாக நகர்கின்றனவோ
அதன் வேகமான சுழற்சிகளே
இலைகளின் பிறப்பும் இறப்புமாகும்!

93

ஆற்றல் உலகத்திடம் கூறியது:
"நீ எனக்குச் சொந்தம்" என்று!
உலகம் அதைக் கைதியாக்கி –
தன் சிம்மாசனத்தின் மீது வைக்கிறது!
அன்பு, "நான் உனக்குச் சொந்தம்" என்று
உலகத்திடம் கூறியது!
உலகம் தன் வீட்டின் சுதந்திரத்தை
அதற்குக் கொடுத்துவிட்டது!

94

மூடுபனி இந்த பூமியின் ஆவலைப் போன்றது!
அது அவள் விரும்பி ஏங்கும் கதிரவனை மறைக்கிறது!

95

அமைதியாக இரு என் மனமே!
இந்தப் பெரிய மரங்களெல்லாம்
இறை வணக்கங்கள் ஆகும்!

96

என்றும் நிலைபெற்றிருக்கும் இசையை,
கணநேரக் கூச்சல் ஏளனம் செய்கிறது!

97

வாழ்வு, காதல், சாவு ஆகியவற்றின் நீரோட்டத்தில்
மிதந்து சென்று விட்ட –
நினைவில் இல்லாத அந்தக் காலங்களை –
நினைத்துப் பார்க்கும்போது,
மறைந்து விடுவதில் உள்ள விடுதலையை நான் உணர்கிறேன்.

98

என் ஆன்மாவின் துயரமே,
அதன் மணமகளின் முக்காடு!
அது இரவிலே விலக்கப்படக் காத்திருக்கிறது!

99

மரணத்தின் இலச்சினை
வாழ்க்கை என்னும் நாணயத்திற்கு
மதிப்பைக் கொடுக்கிறது.
உண்மையிலேயே –
உயர்ந்தவற்றை அவ்வாழ்க்கையைக் கொண்டு வாங்க முடிகிறது!

100

வானில் ஒரு மூலையில்
அம்முகில் பணிவுடன் நின்று கொண்டிருக்கிறது!
அதிகாலைப் பொழுது –
மாட்சிமையுடன் அதற்கு ஒளிமகுடம் சூட்டுகிறது.

101

புழுதி அவமதிப்பைப் பெறுகிறது –
பதிலுக்கு அது மலர்களைத் தருகிறது!

102

பூக்களைப் பறித்தெடுத்து சேர்த்து வைப்பதில்
காலத்தைக் கழிக்காதே! நடந்து கொண்டே இரு,
மலர்கள் உன் வழியெங்கும்
மலர்ந்து கொண்டே இருப்பதைக் காணலாம்!

103

வேர்கள் பூமியின் கீழே உள்ள கிளைகள்!
கிளைகள் வானத்தில் உள்ள வேர்கள்!

104

வெகு தூரத்தில் உள்ள –
வேனிற் காலத்தின் இசையானது,
இலையுதிர் காலத்தைச்சுற்றிப் படபடத்துக் கொண்டே
தன் முன்னைய கூட்டைத் தேடுகிறது!

105

உன்னுடைய சட்டைப்பையிலிருந்து
தகுதிச் சான்றிதழ்களை எடுத்து
உன் நண்பனுக்கு இரவல் கொடுத்து
அவனை அவமதிக்காதே!

106

அடையாளம் இல்லாத அந்த நாட்களின் தீண்டுதல்,
பழைய மரத்தைச் சுற்றிலும்
பற்றிப் படர்ந்துள்ள பாசிகளைப்போல்
என் உள்ளத்தைப் பற்றிக் கொண்டுள்ளது!

107

மூலஒலியை எதிரொலி ஏளனம் செய்து,
தானே உண்மையான ஒலியாகிவிடப் பார்க்கிறது!

108

வளமிக்கது,
கடவுளின் சிறப்பான சலுகையைப் பெற்றிருப்பதாகக் கூறி –
தற்பெருமைப் பட்டுக்கொள்ளும் போது
கடவுள் வெட்கப்படுகிறார்!

109

ஒளி எற்றப்படாத விளக்கொன்றை நான் வைத்திருப்பதால்
எனது நிழலை என் வழியிலேயே விழச்செய்கிறேன்!

110

மனிதன் தன்னுடைய
அமைதியின் ஆரவாரத்தை மூழ்கடிக்கவே
ஆரவாரமிக்க கூட்டத்திற்குள் செல்கிறான்!

111

பலம் முற்றிலும் குன்றிய நிலையில்
முடிவதுதான் மரணம்! ஆனால் பரிபூரணமாக முடிவு
முடிவில்லாததில் தான் இருக்கிறது!

112

சூரியன் ஒளியாலான எளிய ஆடையை அணிந்துள்ளான்.
முகிற் கூட்டங்களோ,
ஆடம்பரமாகவும் அழகாகவும் ஒப்பனை செய்யப்பட்டுள்ளன!

113

தம் கரங்களை உயர்த்தி,
விண்மீன்களைப் பிடிக்க முயற்சி செய்யும்
குழந்தைகளின் ஆரவாரத்தை ஒத்ததாய் உள்ளன
இக்குன்றுகள்!

114

பெருங்கூட்டத்தினிடையே சாலை தனிமைப்பட்டது.
ஏனெனில் யாரும் அதை விரும்புவதில்லை!

115

ஆற்றல் தனது குறும்புத்தனத்தைப் பற்றி,
தானே பெருமிதமாகக் கூறிக் கொள்வதைக் கண்டு,
கீழேவிழும் பழுப்பு இலைகளும்
மிதந்து செல்லும் முகிற்கூட்டங்களும் எள்ளி நகையாடுகின்றன.

116

நூல்நூற்றுக் கொண்டிருக்கும் ஒரு பெண்ணைப் போல
இன்று சூரியஒளியில் –
இப்புவியானது ஒரு பழங்காலத்து நாட்டுப்புறப் பாடலை
மறக்கப்பட்ட ஒரு மொழியில் எனக்காகப் பாடுகிறது!

117

தான் எங்கே வளர்கிறதோ
அந்தப் பெருமை மிக்க உலகத்தில்
தகுதியுடையதாகிறது இப்புல் இலை!

118

கனவு, கட்டாயம் பேசியே தீரவேண்டும் என்னும்
ஒரு மனைவியைப் போன்றது!
உறக்கம், அதை அமைதியாகப் பொறுத்துக் கொள்ளும்
ஒரு கணவனைப் போன்றது!

119

மங்கிக் கொண்டிருக்கிற பொழுதை முத்தமிட்டு
இரவு அதன் காதில் மெல்லக் கூறுகிறது:
"நான்தான் மரணம்,
உன் தாய்,
நான்தான் உனக்குப் புதிய பிறப்பைத் தரவிருக்கிறேன்!

120

காதலிக்கும் பெண்ணின் அழகை,
அவள் விளக்கை அணைத்தபின் உணர்வது போல –
கருமையான இரவே,
உன் அழகை நான் உணர்கிறேன்!

121

இப்பொழுது செழிப்புடன் காணப்படும் என் உலகில்
நான் வாழ இயலாது போய் விட்ட உலகங்களையும்
சுமந்து கொண்டிருக்கிறேன்!

122

என் இனிய நண்பனே!
நான் இந்தக் கரை மீது அமர்ந்து
இந்த அலைகளின் ஓசையைக் கேட்குங்கால்,
உன்னுடைய ஆழ்ந்த மாலைப்பொழுதுகளின்
அற்புதமான எண்ணங்களின் அமைதியையே உணர்கிறேன்!

123

மீனை சற்றே காற்றில் உயரத்தூக்குதல் ஒரு கனிவான
செயலைச் சேர்ந்தது என்று பறவை நினைக்கிறது!

124

சூரியனைப் பார்த்து இரவு சொன்னது:
"நிலவின் மூலமாக
நீ உன் காதற் கடிதங்களை எனக்கு அனுப்பினாய்!
புற்களின் மீது கண்ணீரில் எனது பதில்களை
நான் விட்டுச் செல்கிறேன்"

125

"அற்புதம்" இப்போதுதான் பிறந்த ஒரு குழந்தையாகும்!
அது இறக்கும் போது
அற்புதமான இளமையை இந்த உலகிற்கு விட்டுச் செல்கிறது!

126

கூழாங்கற்களை செப்பமடையச் செய்வது
சுத்தியின் பலத்த அடிகளல்ல;
நடனமாடிச் செல்கின்ற நீரின் பாட்டிசையே!

127

தேனீக்கள் மலர்களிலிருந்து
தேனை உறிஞ்சி விட்டுச் செல்லும் போது
ரீங்காரமிட்டுத் தம் நன்றியைத் தெரிவிக்கின்றன!
பகட்டான வண்ணத்துப்பூச்சியோ
மலர்கள் தனக்கு
நன்றி சொல்லக் கடமைப் பட்டிருக்கிறது என்று நம்புகிறது!

128

முழு உண்மையையும் பேசுவதற்காகத் தாமதிக்காவிட்டால்
மனந்திறந்து பேசுவது எளிது!

129

செய்யவல்லது செய்ய இயலாததிடம் கேட்கிறது:
"உன் வாழ்விடம் எங்குள்ளது?"
"இயலாமையின் கனவுகளில்" என பதில் வருகிறது!

130

எல்லாத் தவறுகளையும் தடுப்பதற்காகக்
கதவை மூடிவிட்டால்
உண்மையும் வெளியிலேயே நின்றுவிடும்!

131

என் மனத்துயரத்தின் பின்னே
சில பொருட்களின் சலசலப்பைக் கேட்கிறேன்.
என்னால் அவற்றைக் காண முடியவில்லை!

132

ஓய்வு தனது சுறுசுறுப்பால்
வேலையாகி விடுகிறது!
கடல் அமைதியாக ஓய்வெடுத்த பிறகு
மீண்டும் அலைகளில் புத்துணர்ச்சி அடைகிறது!

133

இலை அன்பு கொள்ளும்போது பூவாகிறது!
பூ வணங்கி வழிபடும்போது கனியாகிறது.

134

கிளைகளைக் கனி தரவைப்பதற்காக
மண்ணின் கீழ்உள்ள வேர்கள்
எத்தகைய பரிசையும் கேட்பதில்லை!

135

இந்த மழைக்காலத்து மாலை நேரத்தில்
காற்று அமைதியை இழக்கிறது!
அங்கும் இங்கும்
ஊசலாடுகின்ற மரக்கிளைகளைக் காண்கிறேன்!
எல்லாப் பொருட்களின் அற்புதத்தைப் பற்றியும் சிந்தித்து
வியந்து கொண்டிருக்கிறேன்!

136

வேளையில்லா வேளையிலே,
இரவில் எழுப்பப்பட்ட அரக்கக் குழந்தையைப் போல்
நள்ளிரவில் புயல்,
விளையாடவும் கூச்சலிடவும் தொடங்கிவிட்டது!

137

ஓ கடலே,
புயலின் துணையின்றித்
தனியான மணமகளே!
நீ உன் காதலனைப் பின் தொடர,
வீணாக உன் அலைகளை எழுப்புகிறாய்.

138

"என் வெறுமையைக் கண்டு
நான் வெட்கப்படுகிறேன்" என்று
சொல், வேலையைப் பார்த்துக் கூறியது!
"உன்னை பார்க்கும் போது
நான் என் வறுமையை உணர்கிறேன்" என்று
வேலை, சொல்லைப் பார்த்துக் கூறியது!

139

காலம் மாற்றத்தின் பெருஞ்செல்வம்!
ஆனால் கடிகாரம்
தன் கேலிக்கூத்தால் அதை செல்லாக்காசாக்கி விடுகிறது.

140

உண்மைக்குப் பொருண்மையின் ஆடை
மிகவும் இறுக்கமாக உள்ளது!
கற்பனை ஆடையில் அது எளிதாக நடமாடுகிறது!

141

ஒ சாலையே,
நான் இங்கும் அங்கும் அலைந்து கொண்டிருக்கையில்,
சலித்துப்போய் உன்னை வெறுத்தேன்.
ஆனால் இப்பொழுது
நீ எங்கெங்கும் என்னை அழைத்துச் செல்வதால்
உன்னிடம் அன்பில் இணைந்து விட்டேன்!

142

எதுவும் புலப்படாத இருளில்,
என்வாழ்வை வழி நடத்தும் ஏதோ ஒன்று
அந்த விண்மீன் கூட்டத்திடையே உள்ளது. என்று
என் மனம் எண்ணட்டும்.

143

பெண்ணே, உன் நேர்த்தியான விரல்களால்
என் பொருள்களைத் தொட்டாய்.
உடனே இன்னிசை போல் சீரும் சிறப்பும் வெளிப்பட்டது!

144

பாழ்பட்டுப்போன வருடங்களின் இடையே
ஒரு துன்பக்குரல் வாழ்கிறது!
"நான் உன்னைக் காதலித்தேன்" என்று
அது இரவுநேரத்தில் எனக்காகப் பாட்டிசைக்கிறது!

145

எரிகின்ற நெருப்பு
தன் ஒளியினாலே என்னை எச்சரிக்கிறது!
நீறுபூத்த நெருப்பில் இருந்து என்னைக் காப்பாற்று!

146

எனது விண்மீன்கள் வானில் உள்ளன.
ஆனால் என் வீட்டினுள் ஏற்றப்படாது இருக்கும்
என் சிறு விளக்கு என்ன ஆகும்?

147

உயிரற்ற சொற்களின் புழுதி
உன்னைப் பற்றிக்கொண்டிருக்கிறது!
உன் ஆன்மாவை அமைதியைக் கொண்டு தூய்மை செய்!

148

வாழ்வில் விடப்பட்ட இடைவெளிகளினூடே
சாவின் அவல இசை உள்ளே நுழைகிறது!

149

காலைப் பொழுதில் இந்த உலகம்
அதன் ஒளியின் இதயத்தைத் திறந்துள்ளது!
அன்புடன் அதைச் சந்திக்க
வெளியில் வா என் இதயமே!

150

மங்கிய ஒளி வீசுகின்ற இலைகளுடன் சேர்ந்து
என் நினைவுகளும் மங்கலாக ஒளி வீசுகின்றன!
கதிரொளியின் வருடல்களால்
என் இதயம் பாட்டிசைக்கிறது!
என் வாழ்வு எல்லாப் பொருட்களுடனும் சேர்ந்து
நீல வான்வெளியிலும், இருண்ட காலத்தினுள்ளும்
மிதந்து கொண்டே இருப்பதில் மகிழ்ச்சியடைகிறது!

151

கடவுளின் அற்புத ஆற்றல்
மென்மையான தென்றலில் உள்ளது புயல் காற்றில் அல்ல!

152

இது ஒரு கனவே! பொருட்களெல்லாம் கட்டற்ற நிலையில்
கிடக்கின்றன. அவை பெருஞ்சுமையாக என்னை அழுத்தி
வறுத்துகின்றன! நான் விழித்தெழுந்ததும் அவையெல்லாம்
உன்னிடம் திரண்டு குவிந்திருக்கக் காண்பேன்.
நான் விடுதலை பெறுவேன்!

153

மாலைப் பொழுதில் மறைந்து கொண்டிருக்கும்
சூரியன் கேட்டது:
"என் கடமைகளை மேற்கொள்ள அங்கே யார் இருக்கிறீர்கள்?"
"என்னால் முடிந்ததைச் செய்வேன், என் தலைவனே"
என்று பதிலளித்தது அகல்விளக்கு!

154

பூவின் இதழ்களைப் பிய்த்து எடுப்பதன் மூலம்
நீ அதன் அழகைத் திரட்டி எடுப்பதில்லை!

155

உறங்கும் பறவைகளைத்
தாங்கிக் கொண்டிருக்கும் கூட்டைப்போல,
அமைதி உன்குரலைச் சுமந்திருக்கும்!

156

மிகப்பெரியது சிறியதுடன் அச்சமின்றி நடக்கிறது.
இரண்டிற்கும் இடையில் உள்ளது
தனியாக நிற்கிறது!

157

இரவு பிறர் அறியாவண்ணம்
மொட்டுக்களை மலரச்செய்து விட்டு,
அந்தச் செயலுக்கு நன்றிகளைப்
பகல்பொழுது பெற்றுக்கொள்ள விட்டுவிடுகிறது!

158

ஆற்றல், தன் பிடியில் சிக்குண்டு
வலி அனுபவிப்பவற்றின் நெளிதலை
நன்றிகெட்ட செயலாக எடுத்துக் கொள்கிறது!

159

நாம் நம் நிறைவில் பெருமகிழ்ச்சி அடைந்தோமானால்
நாம் பெற்ற பலன்களை
மகிழ்ச்சியுடன் பிறரோடு பகிர்ந்து கொள்ள முடியும்!

160

மழைத்துளிகள் மண்ணை முத்தமிட்டு
மெதுவாகக் கூறின,
"நாங்கள் வீட்டு ஏக்கங்கொண்ட
உன் குழந்தைகள் தாயே!
விண்ணுலகிலிருந்து மீண்டும் உன்னிடம் திரும்பியுள்ளோம்."

161

சிலந்திவலை பனித்துளிகளைப் பிடிப்பது போல்
மாய்மாலம் செய்து பூச்சிகளைப் பிடிக்கிறது!

162

அன்பே!
நீ வேதனையின் எரியும் விளக்கைக்
கையில் ஏந்தி வரும்போது,
உன் முகத்தை என்னால் காண முடிகிறது!
நீ எனக்கு கிடைத்த வரம் என்று
உணரவும் முடிகிறது!

163

"ஒரு நாள் உங்கள் ஒளி அணைந்து போகும் என்று
கற்றவர்கள் கூறுகிறார்கள்" என
மின்மினிப் பூச்சி விண்மீன்களிடம் கூறியது.
அதற்கு விண்மீன்கள் விடையேதும் கூறவில்லை!

164

கடந்தகால வைகறைப் பொழுதொன்றின் பறவை
இருள் படியத்தொடங்கும் மாலை வேலையில் -
என் அமைதியின் கூட்டை வந்தடைகிறது!

165

கொக்குக் கூட்டங்கள்
வானில் பறந்து செல்வதுபோல்
சிந்தனைகள் என் மனதைக் கடக்கின்றன!
அவற்றின் சிறகொலியை என்னால் கேட்க முடிகிறது!

166

தனக்கு மட்டும் நீர் அளிக்கவே ஆறுகள் உள்ளன என்று
கால்வாய் நினைக்க விரும்புகிறது!

167

உலகம் வேதனையில் என் ஆன்மாவை முத்தமிடுகிறது.
அதைப் பாடல்களில் திருப்பித் தருமாறு கேட்கிறது.

168

எது என்னை அழுத்தித் துன்புறுத்துகிறது?
வெளியில் வருவதற்கு என் ஆன்மா செய்யும் முயற்சியா?
அல்லது என் இதயத்தைத் தட்டி உள்ளே வருவதற்கு
இந்த உலகின் ஆன்மா செய்யும் முயற்சியா?

169

தன் சொந்தச் சொற்களையே உணவாக உட்கொண்டு,
சிந்தனையானது வளர்கிறது!

170

என் இதயமெனும் பாத்திரத்தை
இந்த அமைதிப் பொழுதில் மூழ்க வைத்துள்ளேன்.
அது அன்பால் நிறைந்துள்ளது!

171

உனக்கு வேலை இருந்தாலும் சரி
இல்லாவிட்டாலும் சரி,
"ஏதேனும் ஒரு வேலை செய்யலாம்" என்று
சொல்ல வேண்டி வரும்போது
அங்கே ஆரம்பமாகிறது குறும்புத்தனம்!

172

பெயரில்லாத அந்தப் பூவை
தன் உறவினள் என்று சொந்தம்கொண்டாட வெட்கப்பட்டு
சூரியகாந்திப்பூ முகஞ்சிவந்தது!
கதிரவன் உதித்து, "நன்றாக இருக்கிறாயா, என்
இனியவளே?" என்று பெயரில்லா அப்பூவைப்பார்த்து
புன்முறுவலுடன் கேட்டான்!

173

"விதியைப் போல் –
யார் என்னை முன்னே ஓட்டிச் செல்வது?"
"என் முதுகில் உட்கார்ந்து சவாரி செய்யும் "நான்"!

174

தொலைவிலுள்ள குன்றுகளின் பின்னால்
மறைந்துகொண்டு –
முகில்கள்,
ஆற்று நீர்க்குடங்களை நிரப்புகின்றன!

175

நான் நடந்து செல்லும் வழிநெடுக
தண்ணீர்க் குடத்திலிருந்து நீரைச் சிந்துகிறேன்!
எஞ்சிய சிறிது நீரே என் வீட்டிற்குக் கிடைக்கிறது!

176

பாத்திரத்தில் உள்ள நீர் ஒளிர்கிறது!
கடல்நீர் கறுமையாக உள்ளது!
சிறிய உண்மை தெளிவான சொற்களைக் கொண்டிருக்கிறது!
பேருண்மை பேரமைதியைக் கொண்டுள்ளது!

177

உன் புன் சிரிப்பு உன்னுடைய கழனியின் பூக்களே!
உன் பேச்சு உன்னுடைய மலைச்சரிவில் உள்ள மரங்கள் சலசலப்பே!
ஆனால் உன் இதயமோ, நாம் எல்லோரும் அறிந்த பெண்தான்!

178

என் அன்புக்குரியவர்களுக்கு
இந்தச் சிறுசிறு பொருட்களையே
நான் விட்டு செல்கிறேன்.
பெரிய பொருட்கள் அனைவருக்கும் உரித்தானவை!

179

பெண்ணே, கடலானது எவ்வாறு
இந்தநிலத்தைச் சூழ்ந்து கொண்டுள்ளதோ
அதுபோல நீ உனது கண்ணீரின் ஆழத்தால்
இந்த உலகத்தின் உள்ளத்தைச்
சுற்றிவளைத்துக் கொண்டிருக்கிறாய்!

180

கதிரொளி புன்சிரிப்புடன் என்னை வாழ்த்துகிறது!
அக்கதிரவனின் துயர்மிகுந்த
உடன்பிறப்பான மழையானவள்
என் மனதோடு பேசுகிறாள்:

181

எனது பகற்பொழுதின் மலரானது
தன் இதழ்களை உதிர்த்துவிட்டு
அவற்றை மறந்து போனது!
மாலையில் அதுவே நினைவின் பொற்கனியாய்க் கனிகிறது!

182

இரவு நேரத்தில் –
தன் நினைவுகளின் காலடி ஒசையை
அமைதியுடன் கேட்டு கொண்டிருக்கும்
சாலையைப் போன்றவள் நான்!

183

மாலைநேரத்து வானம் எனக்கு ஒரு சாளரம் போன்றது!
ஓர் எரியும்விளக்கையும், அதன் பின்னே ஒரு காத்திருப்பையும்
போன்றது!

184

நன்மை செய்வதில்
ஊக்கத்துடன் ஈடுபட்டிருக்கும் ஒருவனுக்கு
நல்லவனாக இருக்க நேரம் கிடைப்பதில்லை.

185

நான் இலையுதிர் காலத்தின்
மழைநீரற்ற வெறுமையான மேகம்!
எனது முழுமையை நெற்கதிர் முற்றிய
கழனியிலே காணுங்கள்!

186

அவர்கள் வெறுத்தார்கள் –
கொலையும் செய்தார்கள் –
அவர்களை மக்கள் போற்றினார்கள்!
ஆனால் வெட்கப்பட்ட கடவுள்
அந்த நினைவுகளை
பசுமையான புல்லின் அடியில் மறைத்துவிட விரைகிறார்!

187

கால்விரல்கள் –
தமது கடந்தகால வாழ்வை நிராகரித்த கைவிரல்களே!

188

இருள் ஒளியைநோக்கிச் செல்கிறது!
ஆனால் குருட்டுத்தன்மை
மரணத்தை நோக்கிப் பயணிக்கிறது!

189

தன்இடத்தைப் பிடித்துக்கொள்ள இந்த அகிலம் சூழ்ச்சி செய்வதாக
வளர்ப்புநாய் ஐயம் கொள்கிறது!

190

அமைதியாக இரு என் மனமே! உன் புழுதியைக் கிளப்பாதே!
இந்த உலகம் உன்னிடம் வர வழி கண்டுபிடிக்கட்டும்!

191

விரைந்து செல்லவிருக்கும் அம்பின் காதில் –
வில் மெல்லக் கூறியது:
"உனது விடுதலை என்னுடையதுங்கூட"!

192

பெண்ணே,
உனது சிரிப்பில்
வாழ்க்கை ஊற்றின் இன்னிசையை நீ பெற்றுள்ளாய்!

193

எதையும் பகுத்தறிவுடன் சிந்திக்கும் மனமானது
கைப்பிடி இன்றி –
எல்லாப் பக்கமும் கூர்மையாக இருக்கும்
கத்தியைப் போன்றது!
அதைப் பிடிக்கும் கரத்தில் குருதியை வரவழைக்கும்!

194

கடவுள், தன் சிறந்த விண்மீன்களைவிட
மனிதனின் விளக்கொளியையே மிகவும் விரும்புகிறார்.

195

அழகின் இசையால் கட்டுப்படுத்தப்படும் –
வெறியாட்டம் போடும் –
சூறாவளியின் உலகமே இவ்வுலகம்!

196

"என் இதயம் உன் முத்தத்தின் பொற்சிமிழ் போன்றது" என
அந்திவானத்து முகில் கதிரவனிடம் கூறியது!

197

உன்னைத் தொட்டால் –
நீ கொன்றாலும் கொன்று விடுவாய்!
அகல விலகிநின்றால்
உன் உடமையாக வைத்திருப்பாய்!

198

கடந்துவிட்ட என் இளமை நாட்களிலிருந்து வரும் –
கனவுகளின் சலசலப்பொலியைப் போல –
சில்வண்டின் கீச்சொலியும் –
வேகமாகப் பெய்கின்ற மழையின் ஓசையும் –
இருளை ஊடுருவிக் கொண்டு என்னை வந்தடைகின்றன!

199

தன் விண்மீன்களையெல்லாம் இழந்துவிட்ட
அதிகாலை வானத்தைப் பார்த்து,
"நான் என் பனித்துளியை இழந்துவிட்டேன்" என்று
பூ அழுகிறது!

200

எரிந்து கொண்டிருக்கும் மரக்கட்டை
திடீரெண்டு வெடித்துச் சிதறி –
கொழுந்துவிட்டு எரிந்தவாறே சொல்கிறது:
"இது தான் என் மலர்,
என் மரணம்"!

201

அருகிலுள்ள தேனீக்களின் தேன்கூடு
மிகவும் சிறியது என்று குளவி நினைக்கிறது!
அண்டை அயல்வாசிகளான தேனீக்களோ
குளவியை இன்னும் சற்று
சிறிய கூடாகக் கட்டச் சொல்கின்றன!

202

"உனது அலைகளை
என்னால் வைத்துக் கொள்ள முடியாது"
கரையானது நதியைப் பார்த்துக் கேட்கிறது:
"உனது காலடிச் சுவடுகளை
என் இதயத்தில் பதித்து வைத்துக் கொள்ளட்டுமா?"

203

பகல் பொழுது -
இந்தச் சிறு உலகின் கூச்சலைக் கொண்டு,
எல்லா உலகங்களின் அமைதியையும் மூழ்கடித்து விடுகிறது!

204

எல்லையில்லா ஒன்றை -
பாட்டானது காற்றிலும்,
படமானது மண்ணிலும்,
கவிதையானது காற்றிலும் மண்ணிலும் உணர்கின்றன!
ஏனெனில், கவிதையின் சொற்கள் நடமாடும் பொருளையும்,
வானில் உயரப்பறக்கின்ற இசையையும் கொண்டுள்ளன!

205

கதிரவன் மேற்குதிசை நோக்கிக்
கீழிறங்கிச் செல்லும்போது -
அவனுடைய காலைப் பொழுதின் கிழக்கு,
அவன்முன் அமைதியாக நிற்கிறது!

206

உலகத்துக்கு என்னைப் பற்றி நானே
தவறான எதையும் கூறி,
அதை எனக்கு எதிராகத் திருப்பக்கூடாது!

207

புகழ்ச்சி என்னை வெட்கப்பட வைக்கிறது!
ஏனெனில் நான் அதற்கு ரகசியமாக ஏங்குகிறேன்!

208

கடல்நீர் அமைதியாக இருக்கும்,
கடற்கரையின் மாலை நேரத்தைப் போல,
நான் எதுவும் செய்யாமல் –
செய்வதற்கு ஒன்றுமில்லாமல் இருக்கும்போதுள்ள அமைதி,
ஆழ்ந்ததாகவும் கவலையற்றதாகவும் இருக்கட்டும்!

209

மங்கையே,
ஏரியின் நீலநிறத்தைப் போல,
உன் எளிமை
உன் வாய்மையின் ஆழத்தைக் காட்டுகிறது!

210

மிகச்சிறந்தது தனியாக வருவதில்லை!
அது மற்ற எல்லாவற்றுடனும் சேர்ந்தே வருகிறது!

211

கடவுளின் வலதுகை கனிவானது.
ஆனால் இடது கையோ பெரும் அச்சமூட்டுவதாக உள்ளது!

212

அயல்நாட்டு மரச்செறிவின் இடையே
எனது மாலைப் பொழுது உதயமானது!
என் காலைவானத்து விண்மீன்களுக்குத்
தெரியாத மொழியில் அது பேசியது!

213

விடியற் பொழுதின் தங்கச்சுமையைத் தாங்காது
வெடிக்கும் பையே இந்த இரவின் கறுமை!

214

நமது ஆசையே
வாழ்வின் வெறும் இந்த மூடு பனிக்கும்,
நீராவிக்கும்,
வானவில்லின் வண்ணங்களைத் தீட்டுகின்றன!

215

கடவுள் தனது மலர்களையே
மனிதனின் கரங்களிலிருந்து
பரிசாகத் திரும்பப்பெறக் காத்திருக்கிறார்!

216

என் துயராார்ந்த நினைவுகள்
தத்தம் பெயர்களைக் கேட்டு என்னைச் சீண்டுகின்றன!

217

பழத்தின் பணி மதிப்பு மிக்கது!
மலரின் பணி இனிமையானது!
ஆனால் எனது பணி –
எளிமையான பக்தியின் நிழலாக இருக்கும்
இலைகளின் பணியாக இருக்கட்டும்!

218

எங்கேனும் இருக்கின்ற –
நிழல் மூடிய தீவிற்குச் செல்ல –
என் இதயம் சோம்பற்காற்றுகளுக்குத்
தன் பாய்களை விரித்துள்ளது!

219

மனிதர்கள் கொடுமையானவர்கள்!
ஆனால் மனிதன் இரக்கமுள்ளவன்!

220

என்னை உன் குவளையாக்கு,
அதில் என் நிறைவு
உனக்கும் உன்னுடையவர்களுக்கும் பயன்படட்டும்!

221

தன் அன்பை
இந்த உலகம் வெறுத்து ஒதுக்குவதால்,
வேதனையில் அழும் ஏதோ ஒரு கடவுளின்
ஓலம் போன்றது இப்புயல்!

222

மரணம் என்பது ஒரு விரிசல் அல்ல என்பதால்,
இவ்வுலகம் கசிந்து ஒழுகுவதில்லை!

223

இழந்துவிட்ட காதலால்
வாழ்வு மேலும் வளமடைந்துள்ளது!

224

தனியாக நிற்கும் சிறுமலையின் பனிமுகடு,
வைகறையில் ஒளிருவதைப் போல,
என் நண்பனே,
உன் உயர்ந்த உள்ளம் கிழக்கு வானில்
சூரிய உதயத்துடன் சேர்ந்து ஒளிர்ந்தது!

225

வாழ்க்கையின் அமைதியான நீரினை,
மரணத்தின் நீரூற்று மகிழ்ந்தாடச் செய்கிறது!

226

என் இறைவனே,
உன்னைத் தவிர மற்ற அனைத்தையும் உடையவர்கள்,
உன்னைத் தவிர வேறு எதுவும் இல்லாதவர்களைக் கண்டு
நகைக்கிறார்கள்!

227

வாழ்வின் இயக்கமானது
தன் சொந்த இசையிலேயே ஓய்வு பெறுகிறது!

228

உதைகள் மண்ணிலிருந்து
வெறும் புழுதியையே கிளப்புகின்றன; பயிர்களை அல்ல!

229

நமது பெயர்கள்,
இரவில் கடல் அலைகளின் மீது மின்னுகின்ற ஒளியே ஆகும்!
பின் அது, தன் கையெழுத்தைப் பதித்துவைக்காது,
இறந்து போகிறது!

230

ரோசா மலர்களைக் காணக் கண்ணுடையவன்
அதன் முட்களை மட்டும் காண்பானாக!

231

பறவையின் சிறகுகளைப்
பொன்னால் இழைத்து விட்டால்,
மீண்டும் அது வானில் என்றுமே பறக்காது!

232

நம் நாட்டுத் தாமரைமலர்
வேற்றுநாட்டுக் குளத்திலும்
அதே அழகுடனும் மணத்துடனும்
வேறு பெயருடன் மலர்கிறது!

233

இதயத்தில் தோன்றும்
முழுக்காட்சியின் தொலைவு என்பது
அச்சுறுத்தும் அளவுக்கு மிகப்பெரிதாகத் தோன்றுகிறது!

234

வெண்ணிலா தனது ஒளியை
வானமெங்கும் பரப்புகிறாள்.
கரும்புள்ளிகளைத் தன்னிடமே வைத்துக்கொள்கிறாள்!

235

"இது காலைப் பொழுது" என்று சொல்லி
நேற்றைய பொழுதின் பெயருடன் சேர்த்து நீக்கிவிடாதே!
பெயரிடப்படாத, புதிதாய்ப் பிறந்த குழந்தையைப் போல்
அதை முதன்முறையாகப் பார்!

236

தாங்கள் நெருப்பின் சகோதரர்கள் என்று ஆர்வத்துடன்
புகை வானத்திடம் சொல்கிறது,
சாம்பல் மண்ணிடம் சொல்கிறது:

237

"என்னை உன் இதயத்தில்
என்றென்றும் வைத்துக்கொள்" என்று
மழைத்துளி மல்லிகைப்பூவிடம் மெதுவாகக் கூறியது!
மல்லிகையோ, "அந்தோ" என்று பெருமூச்சு விட்டவாறு
தரையில் விழுந்தது!

238

அச்சப்படும் எண்ணங்களே,
என்னைக் கண்டு அஞ்ச வேண்டாம்.
நான் ஒரு கவிஞன்!

239

என் மனதின் மங்கலான அமைதியானது
சில்வண்டின் கீச்சொலியால்,
ஓசையின் மங்கலான மாலை ஒளியால்
நிரப்பப்பட்டுள்ளது போல் தோன்றுகிறது!

240

விண்வெளிக் கலன்களே,
நீங்கள் விண்மீன்களிடம் காட்டிய இகழ்ச்சி
உங்களையே பின்தொடர்ந்து பூமிக்கு வந்துவிடுகிறது!

241

நீ என்னை
என் பகற்பொழுதில் திரண்ட பயணங்களில்
வழிகாட்டிக் கொண்டே
என் மாலைப்பொழுதில் தனிமைக்குள்
கொண்டு வந்து சேர்த்துவிட்டாய்!
அதன் பொருளை உணர,
ஆழ்ந்த அமைதியில் இருக்கும் இரவில்
காத்துக் கொண்டிருக்கிறேன்!

242

ஒரு குறுகிய நாவாயில்
நாம் அனைவரும் ஒன்றுகூடி
ஒரு கடலைக் கடப்பது தான் வாழ்க்கை!
நாம் கரையை அடைந்து
நம் வெவ்வேறான உலகத்துக்குப் போய் சேர்கிறோம்.
அதுவே மரணம்!

243

உண்மையென்னும் சிற்றாறு,
தவறுகள் என்னும் வாய்க்கால்கள் வழியாகப்
பாய்ந்து செல்கிறது!

244

என் காலமென்னும் கடலிலே
இனிமையாக ஒரு மணி நேரத்தைக் கழிக்க
என் உள்ளம் இன்று ஏங்குகிறது!

245

பறவைகளின் பாட்டிசையானது,
மண்ணிலிருந்து திரும்பிச் செல்லும்
காலை ஒளியின் எதிரொலியே!

246

"எனக்கு முத்தம் கொடுப்பதற்காக
நீ மிகவும் கர்வம் கொள்கிறாயா?" என்று
மஞ்சள் மலரிடம் காலை ஒளி கேட்கிறது!

247

"கதிரவனே, நான் எவ்வாறு
உன்னைப் பாடித்தொழுவது?" என சிறுமலர் கேட்டது.
"உனது தூய்மையின் எளிமையான அமைதியால்" எனக்
கதிரவன் பதிலுரைத்தான்!

248

மனிதன் மிருகத்தனத்துடன் நடந்து கொள்ளும் போது,
மிருகத்தை விட இழிந்தவனாகிறான்!

249

இருண்ட முகிற்கூட்டங்கள்,
ஒளியால் முத்தமிடப்பட்டவுடன்
விண்ணுலகத்து மலர்களாகி விடுகின்றன!

250

வாளின் கூர்மையான பகுதி
அதன் கைப்பிடி மழுங்கி இருப்பதற்காக
ஏளனம் செய்யாதிருக்கட்டும்!

251

இரவின் அமைதி, ஓர் ஆழமான விளக்கைப் போல,
தன் வான்வெளியில் பால்வீதி மண்டலத்தின்
ஒளியுடன் எரிந்து கொண்டிருக்கிறது!

252

வாழ்வெனும் ஒளிமிகுந்த தீவைச் சுற்றி
மரணத்தின் முடிவற்ற கடலின்பாட்டு
இரவும் பகலும் பெருகிப் பொங்கியவாறே இருக்கிறது!

253

ஒரு மலரைப் போன்ற இந்த மலை,
குன்றுகளைப் போன்ற தன் இதழ்களால்
சூரிய ஒளியைப் பருகவில்லையா?

254

உண்மையின் பொருளைத்
தவறாகப் படிப்பதோடு,
முக்கியத்துவம் கொடுக்க வேண்டிய ஒன்றைத்
தவறான இடத்தில் வைக்கும்போது
அதுவே பொய்யாகி விடுகிறது!

255

காற்று, நீர் ஆகியவற்றின்
அருளைப் பெற்ற ஒரு படகைப் போல –
என் உள்ளமே
உனது அழகை
இவ்வுலகத்தின் இயக்கத்தில் காண்!

256

கண்கள் தமது பார்வையால் பெருமிதம் அடையவில்லை
ஆனால் தாம் அணிந்துள்ள கண்ணாடியால்
பெருமிதம் அடைகின்றன!

257

நான் என் சிறிய உலகத்தில் வாழ்கிறேன்!
அதை மேலும் சிறிதாக்க அஞ்சுகிறேன்!
உங்கள் உலகுக்கு என்னைத் தூக்கிச் செல்லுங்கள்!
என்னுடைய அனைத்தையும் மகிழ்ச்சியுடன் துறக்க
எனக்குச் சுதந்திரம் அளியுங்கள்!

258

பொய் தன் வலிமையை வளர்த்துக் கொள்வதன் மூலம்
மெய்யாகிவிட முடியாது!

259

கதிரொளி மூடிய இந்த நாளில் பசுமையான உலகை
தன் இசையின் சிற்றலைகள் கொண்டு
அன்புடன் நீவிக் கொடுக்க
என் இதயம் ஏங்குகிறது!

260

பாதையின் மருங்கில் வளர்ந்திருக்கும் புல்லிலையே
விண்மீனுடன் காதல் கொள்!
அப்போது உன் கனவுகள் எல்லாம் பூக்களாய் மலரும்!

261

ஒரு கூர்மையான வாளைப் போல்,
உனது இசை,
இச்சந்தையின் இரைச்சலை ஊடுருவிச் சென்று
அதன் இதயத்தைத் தொடட்டும்!

262

இம்மரத்தின் சிதறுகின்ற இலைகள்
ஒரு குழந்தையின் மென்மையான விரல்களைப்போல
என் இதயத்தைத் தொடுகின்றன!

263

என் ஆன்மாவின் இத்துயரமே
அதன் மணக்கோல முக்காடு!
அது இரவில் விலக்கப்படவே காத்துக் கொண்டிருக்கிறது!

264

அந்தச் சிறியமலர்
புழுதியில் கிடக்கிறது!
அது வண்ணத்துப் பூச்சி சென்ற வழியைத் தேடுகிறது!

265

சாலைகளின் உலகில் நான் இருக்கிறேன்!
இரவு நெருங்குகிறது! வீடாகிய உலகமே,
உன் நுழைவாயிலின் கதவைத்திற!

266

உனது பகற்பொழுதின் பாடல்களை நான் பாடிவிட்டேன்
மாலையில் புயல்வீசும் பாதையில்
உன் விளக்கை ஏந்திச் செல்வேனாக!

267

என் இனியவளே, நான் உன்னை என் வீட்டிற்கு வருமாறு
அழைக்கவில்லை! எனது முடிவில்லாத தனிமையில்
துணைநிற்கச் சொல்கிறேன்!

268

பிறப்பு எப்படியோ
அப்படியே இறப்பும் வாழ்க்கைக்குச் சொந்தமானது!
நடத்தல், காலை உயரத்தூக்கி வைப்பதைப் போலவே,
பின் கீழே வைப்பதிலும் உள்ளது!

269

மலர்களிலும் கதிரொளியிலும்
நீ மெல்லப் பேசும் பேச்சின் எளியபொருளை
நான் புரிந்து கொண்டேன்!
வலியிலும் சாவிலும் நீ பேசும்சொற்களின்
பொருளைப் புரிந்துகொள்ள
எனக்குக் கற்றுக்கொடு!

270

இரவின் மலரைக் காலை முத்தமிட்ட போது -
அதன் வாழ்வு முடிந்து விட்டிருந்தது.
அது நடுங்கிப் பெருமூச்சு விட்டுத் தரையில் விழுந்தது!

271

இறப்பில்லாத்தாய் -
மெல்லிய குரலில் இசைத்த இசையை
நான் அனைத்துப் பொருட்களின் துயரத்தினூடே கேட்கிறேன்!

272

என் பூமியே, ஓர் அயலானைப் போல்
உன் கரையை வந்தடைந்தேன்,
ஒரு விருந்தாளியைப் போல்
உன் வீட்டில் வாழ்ந்திருந்தேன்,
ஒரு நண்பனைப் போல் உன் வாயிலை விட்டு செல்கிறேன்!

273

விண்மீன்கள் நிறைந்த வானத்து அமைதியின் எல்லைக்
கோட்டில், கதிரவனின் மறைவுக்குப் பின் ஒளிரும்
ஒளியைப்போல,
நான் சென்ற பிறகு என் எண்ணங்கள் உன் நினைவில்
ஒளிரட்டும்!

274

ஓய்வின் மாலை நேரத்து விண்மீனை
என் உள்ளத்தில் ஏற்றிவை!
அதன் பின் இரவு என்னிடம்
காதலைப் பற்றி மெல்லப் பேசட்டும்!

275

நான் இருட்டில் உள்ள ஒரு குழந்தை!
உனக்காக நான் இரவில் போர்வையினூடே
என் கைகளை நீட்டுகிறேன் அம்மா!

276

இன்றைய நாளில் வேலை முடிந்தது.
எனது முகத்தை
உன் கைகளால் மூடிவிடு அம்மா.
நான் கனவு காணட்டும்!

277

சந்திப்பின் விளக்கு நெடுநேரம் எரிகிறது!
பிரிவில் அது கண நேரத்தில் அணைந்து விடுகிறது!

278

ஓ உலகமே,
நான் இறந்த பின் –
"நான் உன்னைக் காதலித்திருக்கிறேன்"
என்ற ஒரு சொல்லை
உன் அமைதியில் என் நினைவாக வைத்திரு!

279

நாம் இந்த உலகை நேசிக்கும் போது அதில் வாழ்கிறோம்!

280

புகழின் அழிவில்லாத் தன்மையை
இறந்தவை பெறட்டும்!
ஆனால் காதலின் அழிவில்லாத் தன்மையை
உயிருள்ளவை பெறட்டும்!

281

வைகறைப் பொழுதின் அரைகுறை இருட்டில்,
அரைத் தூக்கத்தில் கண்விழித்த குழந்தை
தன் தாயைப் பார்த்துச் சிரித்துவிட்டு
மீண்டும் தூங்கி விடுவதைப் போல
நானும் உன்னைப் பார்த்திருக்கிறேன்!

282

வாழ்வு என்றும் வற்றாத இயல்புடையது! என்பதைத்
தெரிந்து கொள்ள நான் மீண்டும் மீண்டும் இறப்பேன்!

283

கூட்டத்தில் ஒருவனாக
நான் சாலையில் சென்று கொண்டிருக்கையில்
முகப்பு மாடத்திலிருந்து
உன் புன்சிரிப்பைக் கண்டேன்!
மகிழ்ச்சியில் பாடினேன்! எல்லாக் கூச்சலையும் மறந்தேன்!

284

மது, கோப்பையில் நிறைந்துள்ளதைப் போல் –
காதல், வாழ்க்கையில் முழுமையாக நிறைந்துள்ளது!

285

கோவில்களில் தங்களுடைய தீபங்களையே ஏற்றிவைத்து
தங்களுடைய சொற்களையே பாட்டாக இசைக்கின்றனர்!
ஆனால் உன் பெயரே மகிழ்ச்சி என்பதால்
பறவைகள் உன்னுடைய அதிகாலைப் பொழுதில்
உன் பெயரையே பாட்டாக இசைக்கின்றன.

286

என் இதயத்தைப் பாடல்களால் நிரப்ப,
உன் அமைதியின் மையத்திற்கு
என்னை வழிநடத்திச் செல்!

287

சிற்றொலியை எழுப்புகின்ற –
வாண வேடிக்கைகளால் நிறைந்த,
தாமே தேர்ந்தெடுத்த உலகத்தில் வாழ்பவர்கள் வாழட்டும்!
என் இறைவனே –
உன் வீண் மீன்களுக்காகவே என் உள்ளம் ஏங்குகிறது!

288

அன்பின் வலியானது,
ஆழம் காண முடியாத கடலைப் போல!
என் வாழ்வைச் சூழ்ந்து கொண்டு பாடியது!
அன்பின் மகிழ்ச்சி –
பறவைகளைப் போல் தனது மலர்ச் சோலைகளில்
பாட்டிசைத்தது!

289

நீ விரும்பும் போது விளக்கை அணைத்துவிடு!
நான் உன் இருளைப் புரிந்து கொண்டு அதை நேசிப்பேன்!

290

நாளின் முடிவில் நான் உன் முன்னால் நிற்கும் பொழுது
நீ என் வடுக்களைக் காண்பாய்!
எனக்குக் காயங்கள் ஏற்பட்டிருக்கின்றன,
அவை குணமடைந்தும் உள்ளன என்பதைத் தெரிந்து கொள்வாய்!

291

என்றோ ஒரு நாள் வேறொரு உலகத்தின் சூரிய உதயத்தில்
உனக்காக நான் இவ்வாறு பாட்டிசைப்பேன்: "மனிதனின் அன்பிலும்
மண்ணுலகின் ஒளியிலும் நான் முன்பே உன்னைப்
பார்த்திருக்கிறேன்"!

292

முந்தைய நாட்களின் மேகங்கள்
என் அந்திவானத்திற்கு வண்ணம் தீட்டவே
என் வாழ்க்கைக்குள் மிதந்து வருகின்றன.
முன் போல மழையைப் பொழியவோ
அல்லது புயலின் வருகையை முன்னறிவிப்பு செய்யவோ அல்ல!

293

உண்மையானது, அதன் விதைகளையே வாரி இறைத்து,
சிதறடிக்கும் புயலைத் தனக்கெதிராகக் கிளப்புகிறது!

294

நேற்றைய இரவின் புயல்,
இன்றைய காலைப் பொழுதுக்கு
அமைதியால் ஆன பொன் மகுடத்தைச் சூட்டியுள்ளது!

295

உண்மை, தன் இறுதிச் சொல்லுடன் வருவது போல் தோன்றுகிறது.
அந்த இறுதிச் சொல்,
அதன் அடுத்த தலைமுறைக்கு பிறப்பளிக்கிறது!

296

ஒருவன் பெற்ற புகழ்
அவனது உண்மையின் சிறப்பை
மிஞ்சிவிடாது இருக்குமானால்,
அவன் இறைவனின் அருட்கொடையைப் பெற்றவனாவான்!

297

மூடுபனி உருகிக் கரைந்ததும்
மண்ணில் நிறையும் உன் காலைக் கதிரொளி போல,
நான் என் பெயரை மறந்ததும்
உன் பெயர் என் இதயத்தை நிறைக்கிறது!

298

அமைதியான இரவு -
தாயின் அழகையும்
குழந்தையின் ஆரவாரம் மிகுந்த நாளையும் கொண்டுள்ளது!

299

மனிதன் புன்முறுவல் செய்தபோது
உலகம் அவனிடம் அன்பு பாராட்டியது!
அவன் உரக்கச் சிரித்தபோது
உலகம் அவனைக் கண்டு அஞ்சியது!

300

மனிதன், தன் குழந்தைப் பருவத்தை
மீண்டும் தன் முதிர்ந்த ஞானத்தில் பெற வேண்டும்
என்று கடவுள் காத்திருக்கிறார்!

301

நான் இந்த உலகத்தை -
உன் அன்பு உருவம் எடுப்பதைப் போல் உணர வேண்டும்!
அதன் பிறகு -
என் அன்பு அதற்கு உறுதுணையாக இருக்கும்!

302

என் இதயத்தின் பனிக்காலத்தைப் பார்த்து
உன் கதிரொளி புன்முறுவல் செய்கிறது.
அதன் இளவேனிற் காலத்து மலர்களிடம்
ஐயம் கொள்ளவில்லை!

303

கடவுள் தன் அன்பினால்
எல்லையுடையவற்றிற்கு முத்தம் தருகிறார்.
மனிதன் எல்லையில்லாதவற்றிற்கு முத்தம் தருகின்றான்!

304

நிறைவின் கணப்பொழுதை அடைய –
நீ பல வெறுமையான ஆண்டுகளான
வறண்ட பாலை நிலங்களைக் கடக்கிறாய்!

305

கடவுளின் அமைதியானது
மனிதனின் எண்ணங்களைப் பேச்சாகக் கனிய வைக்கிறது!

306

முடிவில்லாப் பயணம் செய்து
சோர்ந்துபோன வழிப்போக்கனே,
உன் காலடிச்சுவடுகள்
என் பாடல்களில் பதிந்துள்ளதைக் காண்பாய்!

307

தந்தையே, உனது சிறப்பை உன் குழந்தைகள் மூலம்
வெளிப்படுத்திக் காட்டுகிறாய்.
நீ நாணும்படி நான் எதுவும் செய்யாதிருக்க வேண்டும்!

308

இன்றைய நாள் மகிழ்ச்சியற்றதாக உள்ளது.
கோபத்தைக் காட்டுகின்ற
முகிற் கூட்டங்களின் கீழிருக்கும் ஒளியோ
தன் வெளிறிய கன்னங்களில்
வழிந்தோடிய கண்ணீரின் சுவடுகளையுடைய
தண்டிக்கப்பட்ட ஒரு குழந்தையைப் போல் காட்சியளிக்கிறது!
புண்பட்ட உலகின் அழுகையைப் போன்றதாயிருக்கிறது
காற்றின் அழுகை!
ஆனால் எனக்குத் தெரியும் நான் என் நண்பனைச் சந்திக்கவே
பயணம் செய்து கொண்டிருக்கிறேன் என்று!

309

இன்று இரவு தென்னை மரத்து ஓலைகள்
சுறுசுறுப்பாக அசைந்து ஒலியெழுப்பிக் கொண்டிருக்கின்றன.
கடல் பொங்கிக் கொண்டிருக்கிறது.
இவ்வுலகமெனும் இதயத்தின்
வேகமான துடிப்பு போன்றதாயிருக்கிறது முழுமதி!

310

துன்புறும் அன்பின் ரகசியத்தை
எந்த அறிமுகமும் இல்லாத வானத்திலிருந்து
அமைதியாக நீ சுமந்து வந்தாய்!
நான் ஒரு விண்மீனைப் பற்றியும்,
பிறக்கப் போகும் ஓர் ஒளிமிக்க தீவைப் பற்றியும்
இலையுதிர்காலத்தின் கதிரொளியில் ஒளிர்கின்ற
நெல்வயலைப் போல் எங்கே உயிர்த்துடிப்புள்ள ஓய்வின் ஆழத்தில்
என் வாழ்க்கையின் பணிகள் கனியுமோ
அதைப் பற்றியும் கனவு காண்கிறேன்!

311

முக்கியத்துவமற்ற,
ஓசையற்ற பெரும் துதிப்பாடல் இசையைப் போல,
மழை பெய்த ஈர மண்ணின் மணம் வீசுகிறது!

312

'அன்பு எப்பொழுதும் இழக்கப்படக் கூடியது அல்ல'
என்னும் அனுபவச் செய்தியை
நாம் உண்மை என்று ஒத்துக் கொள்ள முடியாது!

313

நம் ஆன்மா இதுவரை அடைந்த பயன்களை
மரணம் எப்பொழுதும் திருடிக்கொள்ள முடியாது என்பதை
நாம் என்றேனும் ஒரு நாள் தெரிந்து கொள்வோம்!
ஏனெனில் அவளுடைய ஆதாயங்கள்,
அவளுடனேயே ஒன்றி விட்டவையாகும்!

314

மாலைப் பொழுதின் மங்கலான ஒளியில்,
என் கடந்த காலத்தின் மலர்களை வாடாமல்
தன் கூடையில் வைத்து எடுத்துக்கொண்டு
கடவுள் என்னிடம் வருகிறார்!

315

என் வாழ்வின் நரம்புகள் அனைத்தும்
சுதி சேர்க்கப்பட்டவுடன் –
என் தலைவனே,
நீ தொடும் போதெல்லாம் அன்பின் இசை வெளிவரும்!

316

நான் உண்மையான வாழ்வு வாழவேண்டும் இறைவனே!
அப்பொழுதுதான் என்னுடைய மரணமும்
உண்மையானதாக இருக்கும்!

317

அவமதிக்கப்பட்டுள்ள மனிதனின் வெற்றிக்காக –
மனிதவரலாறு பொறுமையுடன் காத்துக் கொண்டிருக்கிறது!

318

அறுவடை முடிந்தபிறகு -
தனிமையாக உள்ள நிலத்தின் மீது பரவும்,
காலைக் கதிரவனின் அமைதியான ஒளியைப்போல,
உன் வியப்பான பார்வை
இத்தருணம் -
என் இதயத்தின் மேல் படருவதை உணர்கிறேன்!

319

ஆர்ப்பரித்துப் பொங்கிளழும்
அலைகடலைக் கடந்துசென்று
இசைப்பாடல்களின் தீவைக்காண நான் ஏங்குகிறேன்!

320

சொல்லற்கரிய இருளுக்கு -
பக்தியுடன் இசைக்கப்படும் துதிப்பாடல்களில் மறையும்,
கதிரவனின் இசையாக, இரவின் முன்னிசை ஆரம்பமாகிறது!

321

நான் 'புகழ்' என்னும் மலைமுகடு வரை ஏறிப்பார்த்துவிட்டேன்.
அதன் உற்சாகமில்லாத
வறண்ட சிகரங்களில்
பாதுகாப்பான உறைவிடமே கிடைக்கவில்லை! எனது வழிகாட்டியே,
ஒளி மங்கும்முன்
வாழ்வின் அறுவடையானது,
தங்கத்தின் அரிய, முதிர்ந்த ஞானமாகக் கனியும்
அமைதியின் பள்ளத்தாக்கிற்கு என்னை வழிநடத்திச்செல்!

322

இந்த அந்தி மாலைப்பொழுதின்
அரைகுறை இருட்டின் மங்கலான ஒளியில்
பொருட்கள் எல்லாம் மாயத்தோற்றங்களை
உடையனவாகத் தோன்றுகின்றன!
உயர்ந்த கோபுரங்களின் அடிப்பகுதிகள் –
இருளில் மறைவது போலவும்,
மரங்களின் உச்சிகள்
கறுமையான மைத்திட்டுகள் போலவும் தோன்றுகின்றன!
நான் விடியும் வரை காத்திருந்து எழுந்து உன்
நகரத்தைக் காலைஒளியில் காண்பேன்!

323

நான் மனத்துயரத்தில் உழன்று
நம்பிக்கை இழந்துள்ளேன்!
மரணம் இன்னதென்று அறிவேன்!
இந்த அற்புதமான உலகத்தில் வாழ்வதில்
மகிழ்ச்சி அடைகிறேன்!

324

என் வாழ்வில் –
வெறிச்சோடிய அமைதியான வழித்தடங்கள் உள்ளன!
அவையே என் சுறுசுறுப்பான நாட்களுக்கு
வெளிச்சத்தையும் காற்றையும் தந்த திறந்தவெளிகள்!

325

நிறைவு பெறாத என் கடந்தகாலம்
என் பின்னால் இருந்து இறுகப் பற்றிக்கொண்டு
மரணத்தைக் கடினமாக்குகிறது!
என்னை இதன் பிடியிலிருந்து விடுதலை செய்!

326

நான் உன் அன்பில் நம்பிக்கை வைத்திருக்கிறேன் என்பதே
என் கடைசிச் சொல்லாக இருக்கட்டும்!